ஆணின் கருவும் பெண்ணின் கழியும்

ம.நவீன்குமார்

ஆணின் கருவும்
பெண்ணின் கவியும்

ம.நவீன்குமார், B.Com., M.B.A., LLB.,

படைப்பின் துவக்கம்: **22, அக்டோபர் 2024**
முதல் பதிப்பு : **28,ஜனவரி 2025**

அச்சுக்கோப்பு :
சுப்ரியா கிராபிக்ஸ்

அட்டைப்படம் :
N.S.PHOTOGRAPHY

உதவியாளர் :
அஜன் பர்ஃபி, ராஜா (Multimedia Graphics)

தொடர்புக்கு:
ம. நவீன்குமார், B.Com., M.B.A., LLB.,
21, காந்தி நகர்,
கோடம்பாக்கம்,
சென்னை – 600024.
செல் : 9600187303

பொருளடக்கம்

பெண் பாசத்தில் மாறிய
சந்திரனும் அவளின் நினைவில்
காதல் செய்யும்.

பதிப்புரை

இன்றைய தலைமுறைக்குப் படிப்பதற்கான நேரம் ஒதுக்க முடியவில்லை எவற்றைப் படிக்க வேண்டும் என வழிகாட்ட யாருமில்லை.

பாரத நாட்டில் அனைவருக்கும் ஒரே சட்டம் தான் இங்கு உள்ள காடுகள், மலைகள், கடல்களில் மட்டும் இல்லாமல் நிலங்களிலும் சூழ்ந்தது தான் இந்த பாரதநாடு.

இந்த பாரத நாட்டில் பாரத தாயான பெண்களைப் பற்றியே இத்தொகுப்பு.

ஆயிரம் கோடி புதையல்கள் உள்ள நம் வாழ்வில் கொஞ்சமாகக் கிள்ளி நான் பெற்ற அனுபவத்தில் இந்த கவிதை படைப்பு.

பாரத நாட்டில் பண்டைய மனிதர்கள் பேசிய மொழிகளுள் இன்றும் உயிரோட்டத்துடன் உள்ள தமிழ் மொழியாலே என் படைப்பு துவங்குகின்றது.

தமிழுக்குச் செம்மொழிக்கான தகுதிகள் எனக் கூறப்படும் தொன்மை, தனித்தன்மை, பொதுப்பண்பு, நடுவு நிலைமை, தாய்மைத்தன்மை, பண்பாடு, இலக்கிய வளம், உயர் சிந்தனை அனைத்தும் உள்ளன.

தமிழின் மொழிவளத்தை உலகம் ஏற்றுக் கொண்டுள்ளது. இந்திய அரசும் தமிழைச் செம்மொழி என அறிவித்துச் சிறப்புச் செய்துள்ளது.

மொழியை அழிப்பது போல் பெண் பிள்ளையையும் அழிக்கும் காலம் இன்றும் இருக்கின்றது.

ஆனால் நம் அனைவரின் வாழ்விலும் பெண் ஏழு பருவங்களின் ஒரு அங்கமாக வாழ்கின்றாள்.

பெண்ணின் பருவத்தை அழிக்க நினைக்கும் இவ்வுலகில் அவள் இல்லாத படைப்பை இறைவனாலும் படைக்க முடியாது

இறைவன் படைத்த படைப்பை வைத்தே எந்தன் முதல் படைப்பு துவங்கியது ஆணின் கருவில் பெண்ணின் கவிதை

எழுத்தின் துவக்கம் அகரத்தைப் போல உலகின் துவக்கத்தைப் பெண்களினாலே துவங்க முடியும்.

குறள் : 52

மனைமாட்சி இல்லாள்கண் இல்லாயின் வாழ்க்கை
எனைமாட்சித் தாயினும் இல்.

பொருள் :

இல்வாழ்க்கைக்குத் தேவையான நற்பண்பு
பெண்ணிடம் இல்லாவிட்டால் அவள் எவ்வளவு
சிறப்புடையவளாக இருந்தாலும் பயனில்லை.

பெண்களின் ஏழு பருவங்கள்

* பேதை – 1 வயது முதல் 8 வயது வரை
* பெதும்பை – 9 வயது முதல் 11 வயது வரை
* மங்கை – 12 வயது முதல் 14 வயது வரை
* மடந்தை – 15 வயது முதல் 19 வயது வரை
* அரிவை – 20 வயது முதல் 25 வயது வரை
* தெறிவை – 26 வயது முதல் 31 வயது வரை
* பேரிளம் பெண் – 32 வயதுக்கு மேல்.

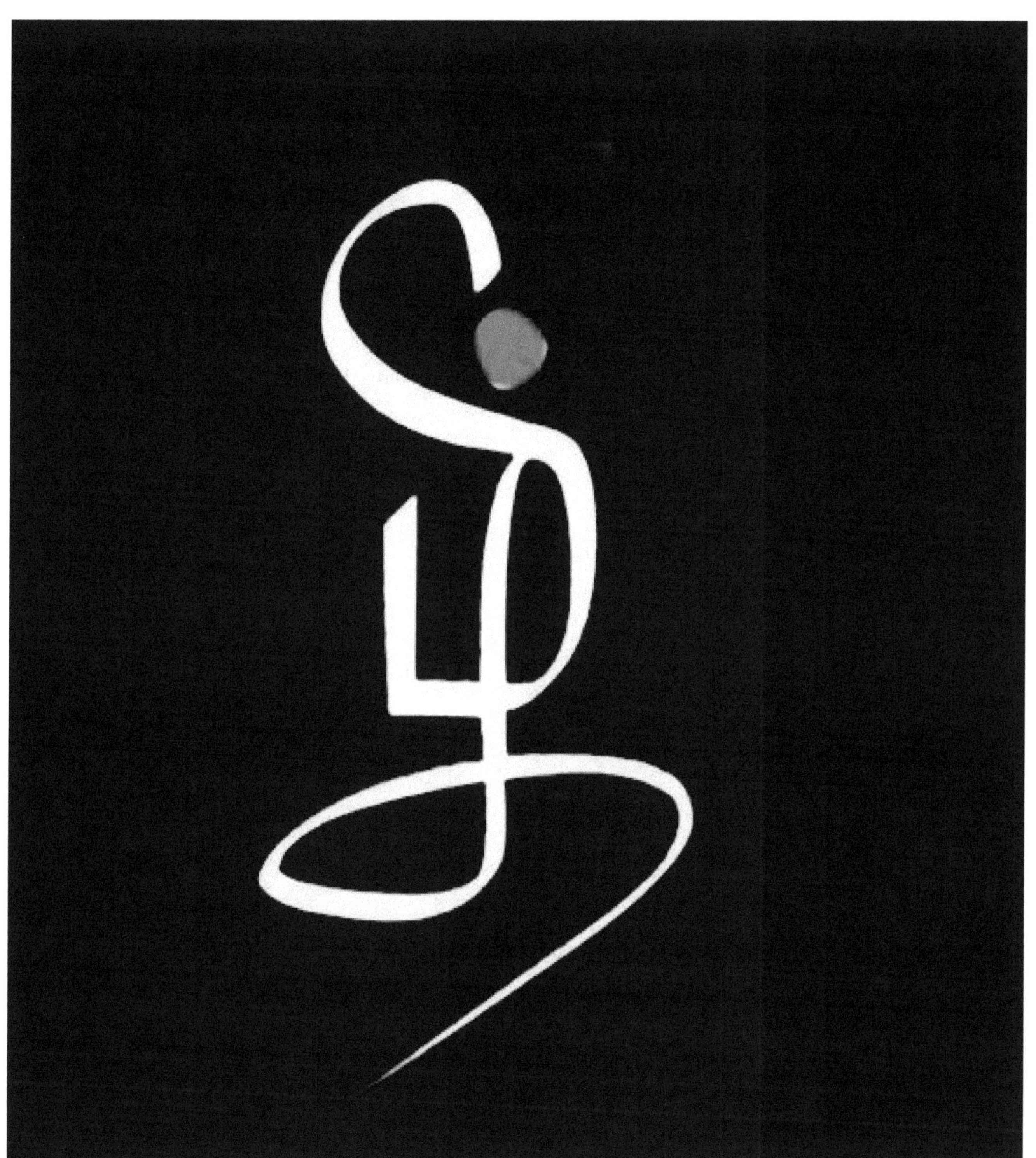

1. மீண்டு(ம்) எழும் எம் மொழி

என் தாயின் கருவறையில்
நான் உலவிய போதே...!
இந்த பூமியில் நான்
வந்து விழுந்த பின்னே...!
என் தாயின் முகத்தில்
மகிழ்ச்சியை உணரும் முன்னே...!
என் தந்தை என்னை
தூக்கி மகிழும் முன்னே...!

எந்தன் செவிகள் வழியே
நான் உணர்ந்தது
எம் மொழியைத்தான்...!

உன்னை அதிகமாக நேசித்தவன்
வாழ்வில் தோற்றது இல்லை...
உன்னை அடக்க நினைத்தவனுக்கு
தோல்வியே வாழ்வின் எல்லை...

எம் மொழி மீண்டும் ஆளும்
பிறமொழிகளை வீழ்த்தி
எம் மொழியே வாழும்.

உடலினில் கலந்த குருதியைப் போல
எம் உணர்வில் கலந்த எம் மொழியிலே
என் கவிதையைத் துவங்க உள்ளேன்....

2. எது அழகு

சிவந்த நிறமா ... ?

கூர்மையான மூக்கா ... ?

வேல் போன்ற விழியா ... ?

எடுப்பான உடல் அமைப்பா ... ?

வண்ண வண்ண உடைகளா ... ?

புதிய சிகை அலங்காரமா ... ?

விலையுயர்ந்த ஆபரணங்களா ... ?

இவை அனைத்தும் அழகு தான்
ஆனால் இவை மட்டுமே அழகல்ல...

அன்போடு அரவணைக்கும் தாய்மை அழகு.

பாதுகாப்போடு பார்த்துக் கொள்ளும் தைரியம் அழகு.

பெற்றோர்களை வயதான காலத்தில்
பேணிகாக்கும் பிள்ளைகள் அழகு.

நேர்மையுடன் தொழில் செய்யும் பெண்கள் அழகு.

தன்னுடைய செலவினில் குழந்தையை
படிக்க வைக்கும் பெண்கள் அழகு.

உண்மையை பேசும் பெண்மை அழகு.

பொய்யினை மறைக்காத உண்மை அழகு.

பெண்மையின் நேர்மையான சிந்தனை அழகு.

பிறர் மனம் நோகாமல் நடக்கும் நடத்தை அழகு.

பிறர் துன்பம் கண்டு கலங்கும் கண்கள் அழகு.

யாரையும் நம்பாத துரோகங்கள் அழகு.

உதவிகரம் கொடுத்து உயர்த்தும் குணங்கள் அழகு.

குடும்பத்தை சிக்கனமாக வைக்கும் பெண்ணின்
கரங்கள் அழகு.

ஆண்களை தலைநிமிர வைக்கும் பெண்கள் அழகு.

யாருக்கும் அடிமையயில்லாத வாழ்க்கை அழகு.

துரோகங்களைக் கடந்து செல்லும் பயணங்கள் அழகு.

பெண்ணை போலவே இந்த புத்தகத்தைத் துவங்கும்
எம் மொழியும் அழகு தான்.

"வெளி உலகிற்க்காக அழகற்ற வாழ்க்கையை அழகு என்று
நினைத்துப் பல பேர் வாழ்கிறார்கள்"

3. நான் என்ன தவறு செய்தேன்

தூங்கையிலே நான் வயிற்றுக்குள்ளே
புரண்டு விடக்கூடாது என்று
ஒருபுறமாக படுத்துறங்கும் எந்தன்
தாய் ஒரு புறமும்
மறுபுறம் ஒருத்தி எந்தன் தாயின்
வயிற்றின் முத்தம் இடுகிறாள்
இன்னொருவளோ என் அசைவுகளை
தொட்டு ரசிக்கிறாள்.

இந்த செயல் அனைத்தையும் கண்டு ரசிக்கும்
முறுக்கு மீசைக்காரர் என் தந்தை

நானே என்னை காணும் நாள் இன்று.

எந்தன் ஆனந்த கண்ணீரும் எந்தன் தாயின்
பனிக்குட தண்ணீரோடு கலந்து விட்டது
நான் மூன்றாம் பேதை என்று அறிந்ததும்.

உந்தன் இதயதுடிப்பின் ஓசை என் செவிகளை அடைக்க
காரணம் நீ என்னைக் காண துடிப்பதால் தானா…?

உன் வலிகளை அறிந்தே நான் அசைந்தேன் மகிழ்ச்சியில்
கருவறை என்னும் உலகினில்.

நான் இந்த உலகில் உதித்தேன் திடீரென்று
ஏன் ஒரே அமைதி ?

என்னை சுமந்தவளின் கண்ணீர் ஏன் சுடுகின்றது…?

அந்த முறுக்கு மீசையின் தலை ஏன் குனிந்து
நிற்கின்றது…?

ஒருவேளை நான் அழகாக இல்லையா…?

அங்கே நடப்பது என்னவென்று புரியாமல்
உள்ளுக்குள் தவித்த எனக்கு

இப்பொழுது புரிந்தது உண்மை.

நான் மற்றொரு பெண் குழந்தையாம்....

எனக்கு முன்னால் பிறந்த இருவரும்
பெண் குழந்தைகளாம் ஆகவே என்னை
வேண்டாம் என்று அனைவரும் கூடி
முடிவெடுத்து விட்டார்கள்

இப்போது இந்த உலகினைவிட எந்தன் தாயின் கருவறையே
பாதுக்காப்பான அறையாக காட்சியளிக்கின்றது.

என்னைத் தேடி காத்துக் கொண்டிருக்கும்
எந்தன் சகோதரிகளுக்குச் சொல்லுங்கள்

நீ கள்ளிப்பாலின் சுவையை
தினம் தினம் அறிவாய்
பிடிக்காத வாழ்க்கையை வாழுகையில்

என்னை சுமந்தவளுக்கு வலிக்காமல்
என்னை கொல்லுங்கள்.

4. இரண்டாம் இறைத்தாய்

வேகமாய் சுழலும் இவ்வுலகிலே...

அவள் முகம் தெரியும்
முன்னே அன்பின் மழையிலே நனைத்து

அவள் அன்பினை காட்டவே கருவறை என்னும்
பத்துமாத வீட்டை விட்டு வெளியே வந்தாள்

தாயின் தொப்புள் கொடியறுத்து பாசத்தை காட்டிய
அவளின்றி அமையாது உலகு.

ஊரடங்கிலும் உறவுகளைக் காண வைத்த
அவளின்றி அமையாது உலகு.

மெட்டுக்கள் ஆயிரம் இருந்தும் அவள்
மழலை சொல்லின்றி அமையாது இசை உலகு

பத்து மாதம் சுமக்காமலே தாயின் பாசத்தைக்
காட்டிய அவளின்றி அமையாது உலகு.

அடுந்த ஜென்மத்திலும் மீளாத அன்பினை தரும்
என் மகளின்றி அமையாது உலகு.

"இருளை அழகாக்க சிறகினை விரித்தாயே
என் விடியலை மகிழ்வித்த அழகிய இறைத்தாயே"

5. உன்னை காண ஏந்தலுள்

ஒரு புறம் அழுகை
ஒரு புறம் புன்னகை

அந்த ஆனந்தத்தை நினைத்து
இன்று கண்ணீரும் கரையவில்லை.

நான் உண்டு விடுவேன் என என்னைக்காட்டி
அவளுக்கு உணவளிப்பாள் அன்னை.
அவளுக்குத் தெரியாது ஊட்டியதில் மிச்ச
உணவு எனக்கே சொந்தம் என்று.

அவள் கேட்கும் பொருள் தொலைதூரத்தில்
இருந்தாலும் கண் விழிக்கையில்
அது அவளிடம் இருக்கும்

நான் கோபத்தில் அவளிடம் சண்டையிட்டாலும்
அவள் வீம்புக்கு அழுவாள் ஏனென்றால்
அவளின் கண்ணீரை துடைக்க
என் கைகள் உள்ளதாலே.

தந்தையின் அரவணைப்பை போல
தாயின் பாசத்தை போல
என்றும் உன் தோழியாவாள்

இந்த பூமியில் நமக்கு கிடைத்த சொந்தம் உன் அத்தையே.

உன்னை பள்ளியில் சேர்க்கும் நேரத்தில்
உன்னை காண வந்தாள்
எந்தன் முதல் இறை தாய்.

SCHOOL BUS

6. இரண்டாம் பிறவி

பிறந்த குழந்தையின் வழியே,
பாதி கண்ணில் பார்த்திட

அறியாத உறவைக் கண்டு அஞ்சுகையில்
அறிந்த இரு உறவும் தொட்டு கொஞ்சுதம்மா

அன்னையின் அரவணைப்பில் பாசம் வந்திட
தந்தையின் தழுவையில் அச்சம் பிறந்திட

பிறந்த நான் புதிய உலகை
கண்டு கண் சுழிக்கையில்

வளர்ந்த என்னை புதிய உலகத்தோடு சேர்க்கையில்
என் கண்ணை விரித்தேன்

எனது பள்ளியின் முதல் நாளில்....

7. காத்து இருந்த தாய் மாமன்

பூ பூப்பதுப்போல் பெண் பூப்பெய்த பின்னே
மங்கை பட்டம் அளிப்பதற்கு
சுற்று வட்டம் சூழ்ந்திருக்க
வெட்கத்திலே தலை குனிவதை
காண தாய் மாமன்
காத்து கொண்டு இருந்தான்
அவன் வாங்கிய தாவணியை
கட்டுவதைக் காண.

குத்தவெச்ச நாள்முதல் வீட்டை
வாலிப பசங்க வட்டம் அடிக்க
காவலுக்குத் தாய் மாமன் காத்திருந்தான்.

காதல் கடிதம் தருவதற்கு
வாலிப பசங்க போட்டியிட
அதை கண்ட மங்கையின் மனசும்
பல்வேறு சிந்தனையில் அலைகையில்
முதல் உரிமை வந்துவிட்டது
காத்திருந்த தாய் மாமனுக்கு

பூப்பெய்த மங்கையை மணமுடிக்க வேண்டும் என்று.

8. மடந்தை காதல்

தரிசு நிலமாக கிடந்த அவளின் மனதில்
விதையை போட்ட தாய் மாமன் இருந்தும்...

பூப்புத்தது போல அவளின்
முதல் காதல் தோன்றியது....!

தரிசு நிலத்தினில்
அவனின் பாதம்
பட்ட நாள் முதல்...!

தேர் செல்லும்
சாலையயில் தேரின்
அச்சாணி முறிந்ததால்...!

தேவனோடு சேர்ந்து
அவனும் சாய்ந்தான்
தாவணியில் அவளை
கண்டதால்...!

தேர் செல்லும் இடத்திற்கு
தேர் சென்றதா...?
இல்லை வழியிலே நின்றதா ...?

அவளின் முடிவை நோக்கி அவன்.....

9. கடைசி நாள்

பார்த்த அன்றே அறிமுகம் ஆனோம்
அடுத்த நாளில் அன்பில் கலந்தோம் ...!
மூன்றாம் நாளில் முழுதும் புரிந்தோம்...!
நான்காம் நாளில் கதைகள் பேசினோம்...!

உந்தன் கண்ணீர் துடைத்திட கைகளும் நீண்டிடும்
தோள் சாய்ந்திட துன்பம் ஓடிடும்

அடிக்கடி சண்டை வரும்...!
ஆனாலும் அடித்து கொண்டது இல்லை...!
சொந்தம் நமக்குள் எதுவும் இல்லை...!
சாதி மதம் பார்த்தது இல்லை...!
ஆனாலும் முறை வைத்து அழைத்து கொள்வோம்...!
வேறு எவரும் முறைத்து பார்த்தால்
அவரை சும்மா விடுவதும் இல்லை...!

வயது அதிகம் இருக்கும் போதும்
மரியாதை எதிர்பார்த்தது இல்லை
விட்டு கொடுத்ததும் இல்லை...

வீட்டில் வைத்த பெயரை மறந்து
தோழன் வைத்த பெயரிலே வளர்ந்தோம்...!

மண்ணில் தோன்றிடும் உறவை மறந்து
வானில் மின்னிடும் விண்மீன் கூட்டங்களாய்
அங்கொன்றும் இங்கொன்றுமாய் சிதறிக் கிடக்க
போகும் நம் நட்பினை தேடி அலைகின்ற
நாள் வந்து விட்டது....

உந்தன் பிரிவின் சிதறலை எண்ணி நம்
பள்ளியின் கடைசி நாளினை
நோக்கி செல்கின்றோம்

நாம் சேகரித்து வைத்த நினைவுடன்.

தலைமுறை தாண்டியும் தரணியில்
நிலைத்திடும் நல்ல நட்பினை
நீயும் அடைந்தால்.....

10. அவளை நேசிப்பாய்

கருவறையில் இருக்கும் அவளின்
உயிரை அழிக்காதே

நீ வாழ்வது அவளால் தான்
என்பதை சிந்திக்கையில்

அவளை நேசிப்பாய்...

பிறந்த குழந்தையை குப்பையில் போடாதே
தாயின் வலியைப் பார்க்கையிலே

அவளை நேசிப்பாய்...

துன்பத்தின் போது தள்ளி நிற்காதே
நீ துவண்டு நிற்கையில்
அவள் ஆறுதலை தேடுகையில்

அவளை நேசிப்பாய்...

அவளின் கல்வி உரிமையை தடுக்காதே
அவள் சாதனையை உலகம் பார்க்கையிலே

அவளை நேசிப்பாய்...

இருமணம் இணையும் திருமணத்தில்
பணத்தைக் கேட்காதே
அவளிடம் அன்பு காட்ட மற்றவர்கள்
இருக்கையில் அவளை நேசிப்பாய்...

பிரசவத்தின் போது மீண்டு பிறக்கும்
அவளின் சுதந்திரத்தை தடுக்காதே
அவள் உன் கருவை சுமந்து தந்தை
என்று பட்டம் கொடுக்கையில்

அவளை நேசிப்பாய்...

மானுட சமுதாயத்திற்காக
மனமில்லா வாழ்க்கையில்
இருந்து விடுதலை கொடுத்து பார்

அப்போது அவளை நேசிப்பாய்.

அவள் நேசிக்க பிறந்தவள்
அவள் இல்லை என்றால்

காதலர் தினம் இல்லை
கருணைமிகு அன்னையர் தினம் இல்லை.
மகளிர் தினம் இல்லை
குழந்தைகள் தினமும் இல்லை

தன் வாழ்நாள் முழுவதும்
அடுத்தவர்களுக்காக வாழும்
ஒரே ஜீவன் அவள்

பெண் என்றும் அடிமை அல்ல
இந்த அகிலம் தான் அவளின்
அழகுக்கு அடிமை ...!

"மாதர் தம்மை இழிவு செய்யும்
மடமையை கொளுத்துவோம்"

11. தோழியின் தூய்மை இந்தியா

பள்ளி முடித்துவிட்டு கல்லூரியில்
சேர ஆசைப்பட்டாள்

அனைவருக்கும் நோயின்றி
வைத்தியம் பார்க்கும் மருத்துவராக.

ஆனால் பின்பு தான் தெரிந்தது
சமுதாயத்தில் சாதி, மதம் என்னும்
நோய் உள்ளது என்று.

இந்த தூய்மை இந்தியா என்று
அழைக்கப்படும் இந்த நாட்டில்

தூய்மை என்னும் பரீட்சை
எழுதியே மருத்துவம் என்னும்
படிப்பினை சேர வேண்டுமாம்.

ஆயிரத்தி நூற்றி எழுவத்தி ஆறு (1176/1200)
மதிப்பெண் வாங்கியும்

தூய்மை என்னும் பரீட்சை
எழுதி மருத்துவராக வருவாய்
என்று ஊரெல்லாம் காத்திருக்க

தேர்வின் தோல்வியால் ஏன்
தூக்கு கயிறுக்கு உன் கழுத்தை
கொடுத்தாய்

சாதிக்க பிறந்தவளுக்கு சாதி, மதம் தடையாக இருந்தாலும்
ஓட்டுக்கு ஜநூறு ரூபாய் வாங்கிய மக்கள்
மருத்துவத்திற்கு ஆயிரம் ரூபாய்
கொடுக்கும் நிலை வந்து விட்டது.

தூய்மை இந்தியாவில்.....

12. முதலும் முடிவும் தொடக்கத்தில்

பெண் பிள்ளையின் பிரிவு
கள்ளிப்பாலில் தொடங்குகின்றது

பிறந்த குழந்தையின் தொப்புள்
கொடியை அறுக்கையிலே
தாய்மைக்கும் குழந்தைக்கும்
உள்ள பிரிவு தொடங்குகின்றது

தாயிடம் தூங்காமல் தந்தையிடம்
தூங்கையிலே தாயிடம் உள்ள
பிரிவு தொடங்குகின்றது

பள்ளிக்கு செல்லும்பொழுது
தந்தைக்கும் மகளுக்கும் உள்ள
பிரிவு தொடங்குகின்றது

பள்ளி மற்றும் கல்லூரியின் கடைசி
நாளில் நட்பின் உறவுகளில்
இருக்கும் பிரிவு தொடங்குகின்றது

காதலின் பிரிவினால் தனிமையின்
உறவு தொடங்குகின்றது

தனிமையின் தெளிவாலே
வாழ்க்கையில் உள்ள
உறவு தொடங்குகின்றது

வாழ்க்கையின் பிரிவினாலே
வாழ்க்கையின் தன்னம்பிக்கை தொடங்குகின்றது....

13. கருவுருக்க கற்பிப்போம்

அவள் வாழ்வில் இருளின்றி
நன்றாக வாழ வேண்டும் என
அவள் அன்னையும் கடவுளிடம்
வேண்டி வணங்கி இருப்பாள்.

அதனால் தான் எரிக்கையிலே
கடவுளைக் கும்பிடுவாள் என்றே
கையினை கட்டி விட்டார்களா ...?
இல்லை கோவிலுக்கு உள்ளே இருக்கும்
கடவுளும் ஊரடங்கினால் உன்னை
காப்பாற்ற மறந்து விட்டதா...?

கடவுளின் கருவறை முன்னே
கயவர்கள் கற்பழிக்கின்றனர்.

கயவர்களை கருவருக்க
கடவுள் தேவையில்லை
கடந்து செல்லும்
மனிதர்களே போதும்...

எப்பொழுதும் கருவருக்க கற்பிப்போம்.

14. அறிவையின் தனிமை

அறிவை என்னும் பெண் பருவத்தில்
தனிமை என்பது வாழ்வின்
ஒர் அங்கம்

தனிமை ஒரு ஆழ்கடலின் அதிசயம்
இமை இமைக்கும் நொடிக் கூட
நெடு நேரம் நீளும்

உறவின்றி வலியோடு ஏங்கி
என்னவர் சுற்றி இருந்தும்
தனிமை என்னை ஓட வைக்கின்றது...

இருளின் வெளிச்சத்தில் என்னோடு வாழ்ந்து
காலைப் பொழுதில் புதியவனாய்
என்னை தொடங்க செய்கின்றது

தாமரை இலையில் தவிக்கும்
தண்ணீர் துளியாகத் தனிமை
என்னோடு பயணம் செய்கின்றது.

தனிமை என்னை சிந்திக்க வைத்தது
தனிமை என்னை ரசிக்க வைத்தது
தனிமை என்னை அழகுபடுத்தியது
தனிமை என்னை கூர்மைப்படுத்தியது
தனிமை என்னை நினைவைத் தூண்டியது
தனிமை என்னை கற்பிக்க வைத்தது.

பிரசவத்தின் போது ஈன்றவளின் கண்களில்
ஆனந்த நீர் வருவது போலே

அதே ஆனந்த கண்ணீர் வழியுதே
எனக்குள் என் படைப்பு 'பிறக்கையிலே'

தனிமை என்பது ஒரு சுகமே
தனிமை என்பது ஒரு வரமே
ரசிக்க தெரிந்தவனுக்கு...

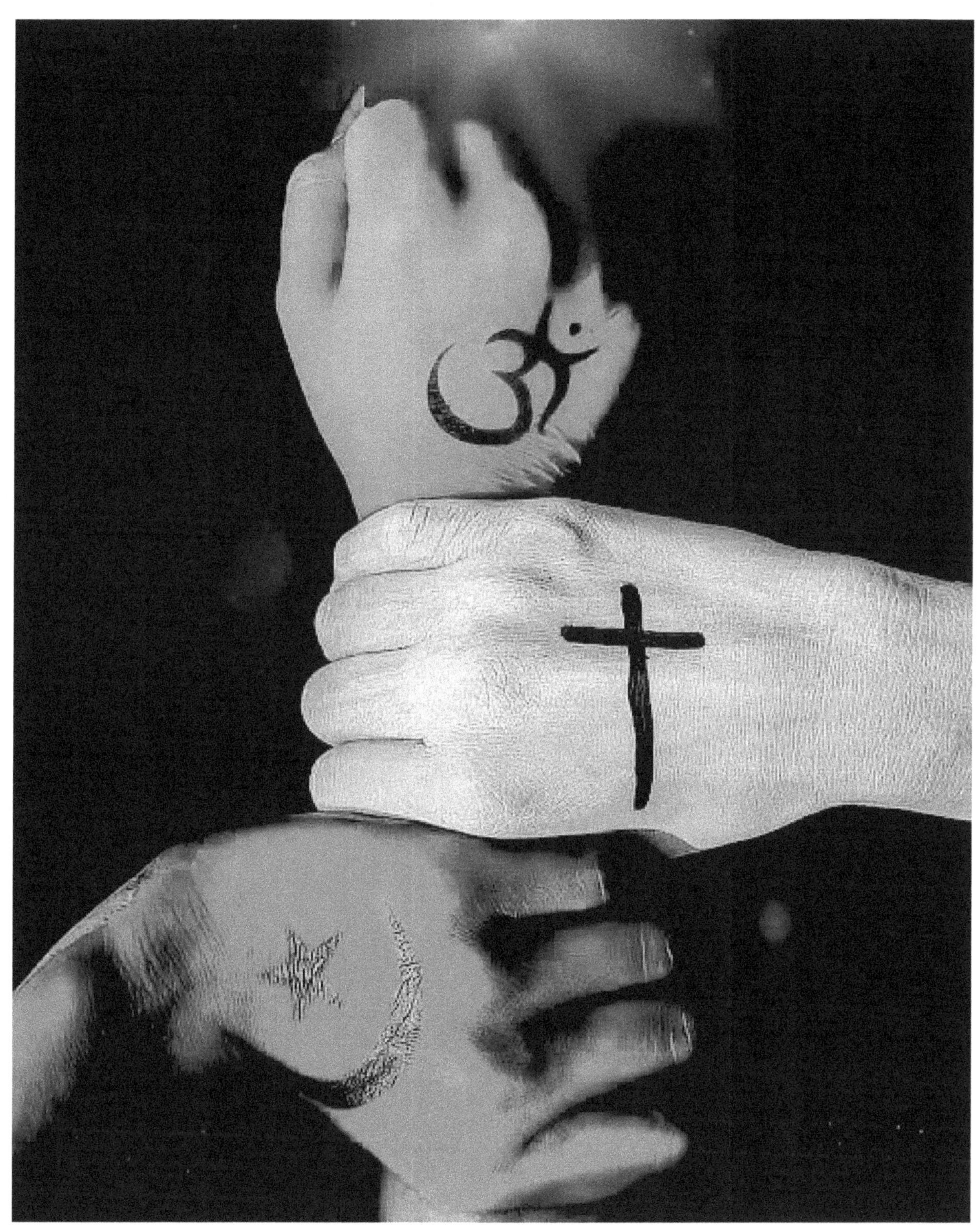

15. மனிதர்களை பிரிக்காதே

மலர்மாலை சூடி
மாங்கல்ய பந்தம்
மகிழ்வோடு வாழ்த்த...!

உணர்வினை மதித்து
உரிமைக்கு இடமளித்து.
மனம்போல ஜோடிகள்
வாழ வேண்டுமென
இந்து திருமணம் நடக்கும்...!

இறைவன் இந்த அழகான ஜோடியை
அன்புடன் ஆசீர்வதிப்பாராக,
நாங்கள் பிரார்த்தனை செய்கிறோம்
அவர்கள் இன்று உறுதியளித்த
உறுதிமொழிகளை என்றென்றும்
காப்பாற்றுங்கள்.

அவர்களுக்கு அமைதியும் மகிழ்ச்சியும்
நிலவட்டும் என்று
கிறிஸ்துவ திருமணம் நடக்கும்...!

இருவரும் ஒன்றிணையும் நாள்வரை
ஹலாலாகக் காத்திருந்தாள்
அக்காத்திருப்பின் தூரம் கூட
அழகானதாய் தான் இருக்கும்.

அவ்விரு மனத்திற்கும்
அல்லாஹ் உங்களை இணைப்பார்
நிக்காஹ் என்னும் நிகழ்ச்சியில்
முஸ்லீம் திருமணம் நடக்கும்...!
எந்த மதமாக இருந்தாலும்
இழந்ததை கடந்து செல்லாவிட்டால்
இருக்கும் வாழ்க்கை கடினமாகிவிடும்.

மதம் என்றால்
மாண்புகளை வளர்க்கத்தானே
தவிர மனிதத்தைப் பிரிக்க அல்ல...

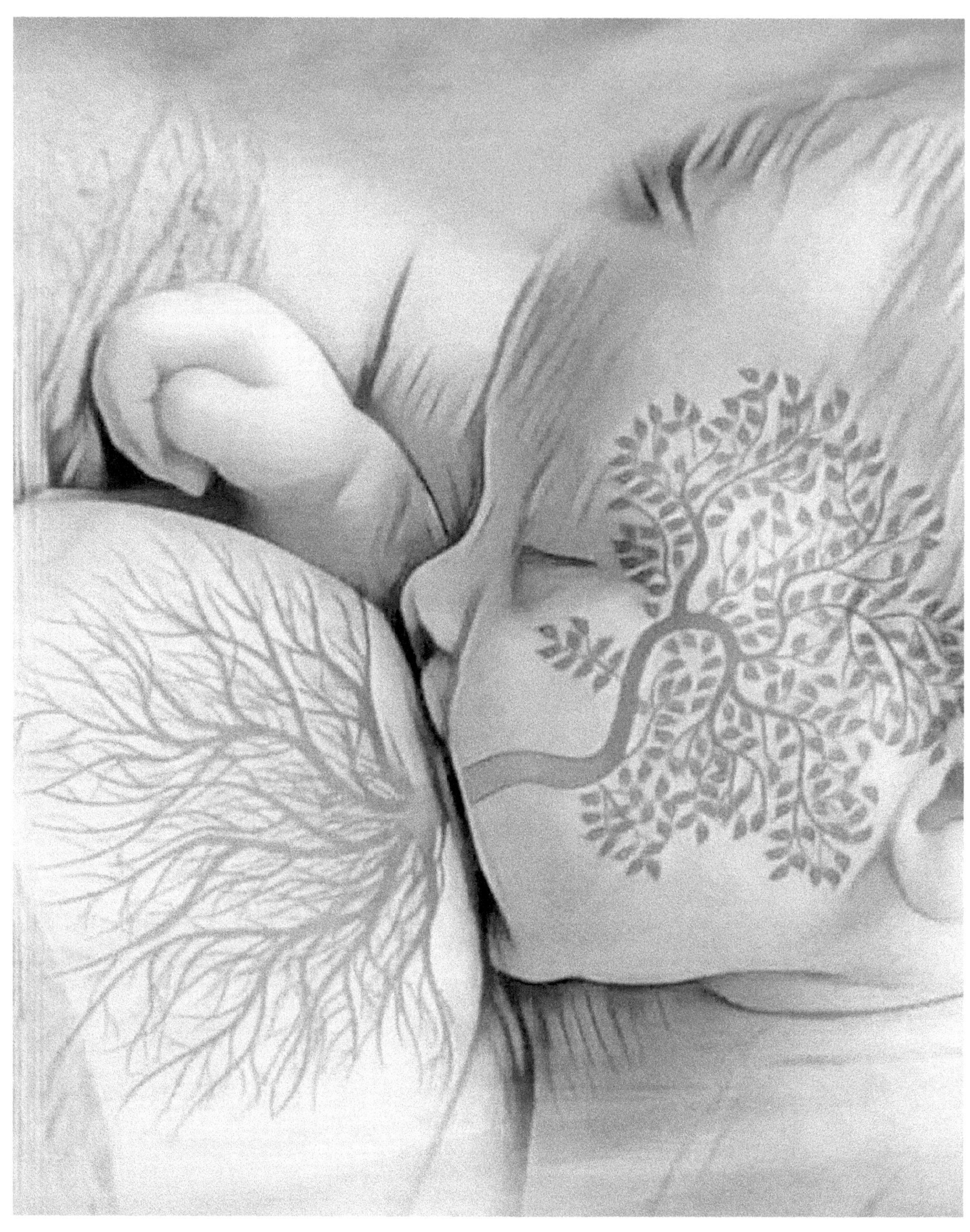

16. வாழும் உலகம்

ஆணினத்திற்கே கிடைக்காத பாக்கியம்
பெண்ணினம் மட்டுமே பெற்ற வரம்

தாய்மை ...!

அவளின் கூரை புடவையும்
நமக்கு படுக்கையறையாக மாறும்.

பிள்ளை தவழும் பாதையில்
முள் இருக்கும் வேளையில்
பிள்ளையை காப்பாற்ற வந்த அவளின்
வேகத்தை காண அளவு கோலும்
இன்றும் தோன்றவில்லை...

அடுப்படியே அவள் அலுவலகம்
என இருக்கையில் அன்பை மட்டுமே
உன் சம்பளமாக எதிர்பார்த்தாயே...!

பிள்ளையின் பசிக்காக
பச்ச தண்ணீரை பருகி
வயிற்றை நிறைத்தாயே …!

ஆனால் அந்த அதிசய வயிற்றிலே
ஒரு உயிரை பத்திரமாய் பாதுகாத்து
உள்ளேயே வளரச் செய்தாயே …!

எவ்வளவு தான் விஞ்ஞான
வளர்ச்சிகள் வந்தாலும்
பிள்ளைக்கு காய்ச்சல் வந்தால்
அடிக்கடி தொட்டுப் பார்க்கும்
தாயின் கையே மருந்தாகும்.

ஒரு புறமாக தூங்கினால் நம்
தோள் கணங்கள் வலித்தே போகும்.

ஆனால் அவள் பத்து மாதம்
சுமந்தாலும் கருவறை கணப்பதில்லை…!

வலி என்றால் உயிர் போகிறது என்பார்கள்
ஆனால் உயிர் போகும் வலியிலும் நமக்கு
உயிர் தந்தவள் தாய் மட்டும் தான்….!

17. காதல் கடிதம்

நான் பேருந்தில் வருகையிலே
நீ பெண்களுக்கான இருக்கையில்
கண் அசந்து நாள் பயணம் செய்கையில்
பாவி மகளே உன்னை பார்த்தேன்

சிணுங்கி துடிக்கும் உந்தன்
கொலுசுக்குள் நானும் தஞ்சம்
அடைய ஆசை...?

உன் கண்கள் ஒரு சுழலைப்போல
என்னை கட்டி இழுக்கையிலே
பருவப்பெண்ணே உன் வசம்
நானும் வந்தேன்.

காட்டு தீயாய் பரவும் உன்
கோவத்தில் என்னை எரித்தாலும்
தீயிலிருந்து பரவும் அனலாக
என் காதலும் பரவுதடி.

நம் நினைவினாலே நான் எழுதிய
கடிதத்தை கொடுத்த பின்பும்

உடைப்பட்ட அணையைப்போல
பேருந்தில் நீ இறங்கிய பின்னும்
உன்னை தொடர்ந்து வந்த பின்பே
தான் தெரிகின்றது

பயணச்சீட்டோடு அவனின் காதல் கடிதமும்
கசங்கி தெருவில் இருகின்றது...

அவளின் நினைவிலே அவன்...

18. வாழ்க்கையில் போதை

கண்ணாடி போல நகரும் நம் வாழ்க்கை
காண்கின்ற அனைத்திலும் போதையின் பிம்பங்கள்.

பிறக்கும் குழந்தையின் அழுகையில்
அன்னையிடம் மலர்ந்தது
மகிழ்ச்சியின் போதை.

உணவு அளிப்பவனுக்கு பசியின்
மேலுள்ள போதை
உணவை அழிப்பவனுக்கு பண
ருசியில் சுழலும் போதை.

கல்வி சட்டத்திற்கோ அண்ணல் மேல் வந்த போதை
கல்விக்கோ சட்டத்தை மாற்றுவோரை
அழிக்க துடித்தெழும் போதை.

சூரியன் தோன்றும் முன் நெல் அறுப்பதில்
என் முன்னோரிடம் தோன்றும் போதை.

சூரியன் மறைந்த பின்பு இரவில்
அலுவலகத்திற்கு செல்லும் நம் வளர்ச்சியில்
உள்ள போதை.

மின்னும் சந்திரனுக்கு பகலின் மேல்
தீண்டிடும் போதை.
கண் கூசும் சூரியனுக்கு இரவின் மேல்
தீராத போதை.

உள்ளத்தின் குமுறலில் எழும் போதை.
விருப்பமில்லா வேளையில் எழும் போதை.
விரும்பி கிடைக்காத உறவில் எழும் போதை.
விருந்தாளியாக வாழும் வாழ்க்கையில் எழும் போதை.

விளக்கமில்லாத சட்டங்களில் எழும் போதை.
பொய்யான சிரிப்புகளில் எழும் போதை.
முகம் மறந்த சொந்தங்களைக் காண எழும் போதை.
பணத்தை தேடிய பயணத்தில் எழும் போதை.

போதையின் பிம்பங்களை
எண்ணிக்கொண்டு இருக்கிறோம்
போதையில் விடையில்லா
வாழ்க்கை செல்கின்றது...

19. எங்கும் உறவு

ஒத்த வழி ஓடையிலே
வெட்டப்பட்ட வாய்க்காலைப் போல
செல்லும் என் பயணம்

மொழி இழந்த ஊரிலே
தனித்து நிற்பதை போல
செல்லும் வழி தெரியாமல்
தனித்து நிற்கும் என் பயணம்

வீசும் காற்று என்னை
தழுவி அணைக்க
வீசும் காற்றின் திசையை
நோக்கி செல்லும் என் பயணம்

கலப்படம் நிறைந்த உறவு உள்ளவரை
கலப்படம் இல்லாத உறவாக இருந்தாலும்
சந்தேகத்தில் செல்லும் என் பயணம்

சுற்றமும் என் உறவாய் மாற
சுற்றி வாழும் கடவுளின் வீடுகளும்
ஒன்றாய் மாறிய என் பயணம்

எங்கும் உறவு – அன்று
ஏங்கும் உறவோ – இன்று.

மற்றவர் வாழ்க்கை பயணத்தை வாழ்வதை விட
நாம் வாழ்க்கை பயணத்தை வாழ்ந்து பார்.

உறவில்லாத பயணத்தில் ஊரே உறவாகும்....

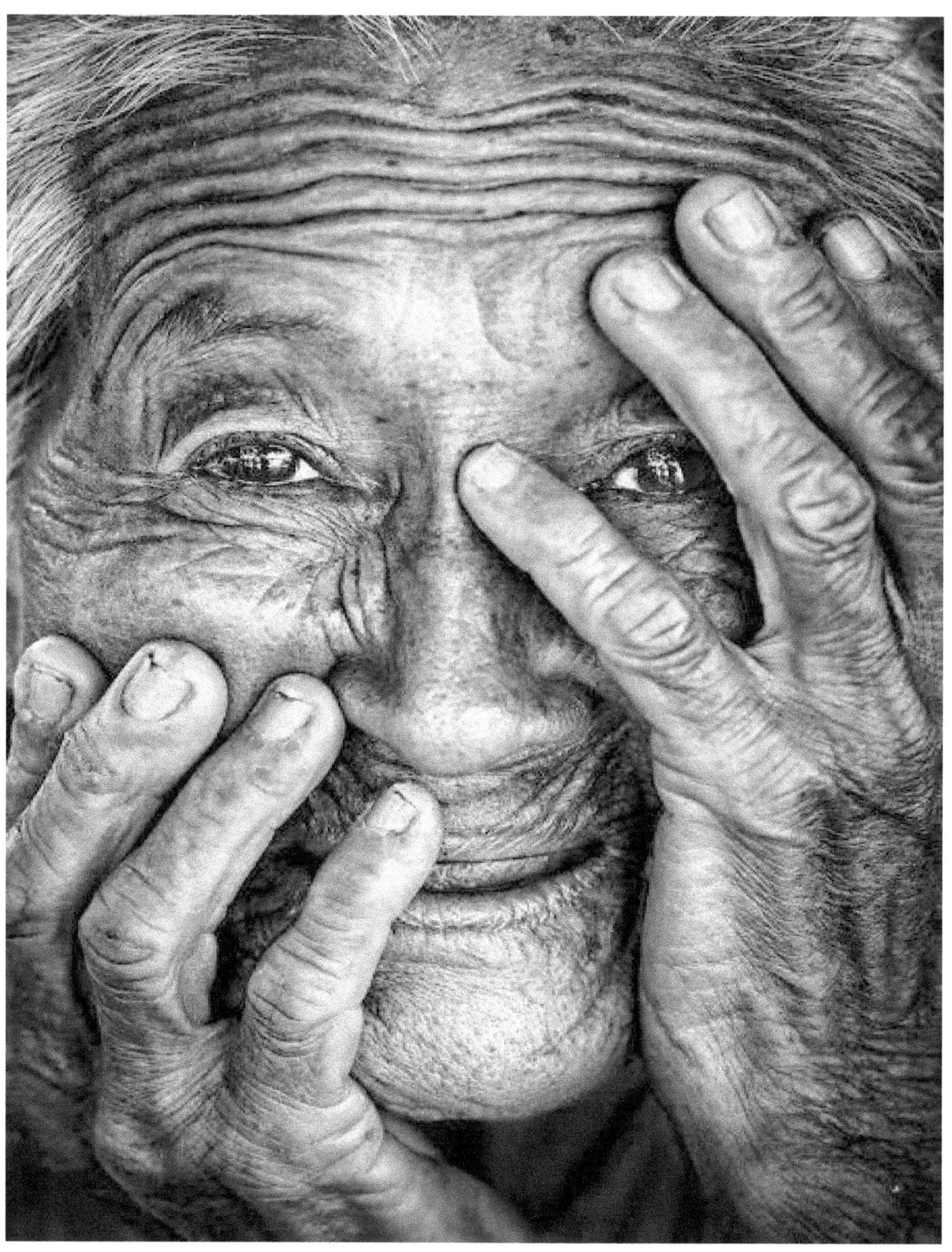

20. முத்த நூலகம்

உன்னை தொட்டவன் வாழ்வில்
ஓர் பங்காக நீ வசித்ததுண்டு
படைப்பிற்கு ஏற்றாற்போல – உந்தன்
பரிமாணத்தை மாற்றியது உண்டு

மற்றவர் வாழ்க்கையில் ஏற்றும்
ஜோதியினால் தான் உன்னை நூல்
என்று அழைக்கின்றார்கள் போலவே...?

ஆனால் நான் அச்சப்பட்டு கண்ட
நூலகத்திற்கு பாலினம் உண்டு

ஆம் அது ஒரு சமூகத்தையே
முன்நிறுத்திய பெண் பாலினம் என்று
பெருமையுடன் கூறிய தருணங்கள் உண்டு

என்னை தழுவியதை கண்டு என்னுள்
இருந்த அச்சங்களும் மறைந்தது அன்று

என்னை மிரட்டிய என் ஜயனின்
மீசையும் அவள் முன் மடங்கியதை கண்டு
அவளின் தாலாட்டிலே மயங்கினேன் அன்று

இக்கால மருத்துவர்களும் பட்ட படிப்பு
முடிக்காத உன்னிடம் மருத்துவத்தை கற்க
ஆசை பட்டது உண்டு...

காலம் சென்று கொண்டு இருக்கும் நேரத்தில்
நேரம் கழிந்து கொண்டு இருக்கும் வாழ்க்கையில்
வாழ்க்கையில் நினைப்பவை அனைத்தையும்
நான் பகிர நினைக்கும் பெண் நீயே

காணா இவ்வுலகில் நானும் கண்டு
வியந்த நம் வீட்டின் மூத்த நூலகம்

நம் பாட்டி

21. இறந்தவள் இருந்தால்

நான் இருந்து இருந்தால்
என் தந்தையிடம் விளையாடி இருப்பேன்
என் தாயிடம் உணவாடி இருப்பேன்

நான் இருந்து இருந்தால்
என் சகோதரியின் மடியில் உறங்கியிருப்பேன்
என் சகோதரன் தோளில் சாய்ந்திருப்பேன்.

நான் இருந்து இருந்தால்
என் பிள்ளைகள் வீட்டில் வாழ்ந்து இருப்பேன்
என் பேரன் பேத்தியை கொஞ்சி இருப்பேன்

நான் இருந்தால் என் கணவனுக்கு
மகிழ்ச்சியை அளித்து இருப்பேன்

நான் இருந்து இருந்தும்
அன்று அதிகாலையில் கதறல் சத்தம்
என் பெற்றோர் கண்களில் கண்ணீர்
என் சகோதரி என் முகத்தை துடைக்கிறாள்

என் சகோதரன் வேதனையில்
தலைக்குனிந்து இருக்கின்றான்
என் பிள்ளைகள் ஓடி வருகிறார்கள்
என்னை பார்க்க

அவர்கள் கண்ணீரை துடைக்க
முடியவில்லை நான் இருந்தும்

என்ன நடக்கின்றது என்று அறியாமல்
பரிதவிக்கும் என் பேரப்பிள்ளைகள்

என்னிடம் பேசாமல் இருந்த
தோழிகள் வந்துள்ளார்கள் நான்
பேச முயலுகின்றேன்

நான் இருந்தும் என்னால் முடியவில்லை
ஆனால் என் உடல் அருகே
அழுதவர்களுக்கு தெரியவில்லை

உயிர் அவர்களை சுற்றியே
இருக்கின்றது என......

22. மஞ்சுகையின் வாழ்க்கை

நீ தொட்டுப்பார் பூக்கள் சிரிக்கும்
நீ ரசித்துப்பார் மழை நீர் சிலிர்க்கும்
நீ முயற்சித்துப்பார் கனவு மெய்ப்படும்
நீ புன்னகைத்துப்பார் எதிரி நண்பனாவான்
நீ தோற்றுப்பார் உன் அனுபவம் பாடமாகும்
நீ சிந்தித்துப்பார் உந்தன் வெற்றி உனதாகும்

நாம் வாழும் வாழ்க்கையில்
இந்த உலகிற்கு எதனை
கொண்டு வந்து உள்ளோம்
இந்த உலகினிலிருந்து எதனை
கொண்டு செல்ல போகின்றோம்

பிறருக்கு உதவி செய்தே
நம் வாழ்வோம்
பிடித்தவர்கள் நேசிக்கட்டும்
பிடிக்காதவர்கள் யோசிக்கட்டும்

வாழ்க்கையில் தோல்வியே தோற்க்கும்
அளவிற்கு தோற்று போ
வாழ்க்கையில் வெற்றியும் வெறுக்கும்
வரை வென்று காட்டு

தோல்விக்கும் வெற்றிக்கும்
இடையில் மங்கையின் வாழ்க்கை
பதிவு சிறக்கட்டும் அவளாலே
இந்த படைப்பு பிறக்கட்டும்

படிப்பவர்கள் உள்ளவரை படைப்புகள்
என்றைக்கும் தோற்றதில்லை.

படியுங்கள் ஆணின் கருவும்
பெண்ணின் கவியும்...

❖   ❖   ❖